ਜਿਰਾਫ਼

giraffe

ਕਾਂਗਰੂ

känguru

ਬੱਗ

fehler

ਬਾਂਦਰ

affe

ਆਕਟੋਪਸ

tintenfisch

ਖ਼ਰਗੋਸ਼

hase

ਸ਼ਾਰਕ

hai

ਬਾਘ

tiger

ਯਾਕ

yak

ਜ਼ੈਬਰਾ

zebra

ਮਲੀਗਰਰ

alligator

ਕੁੱਤਾ

hund

ਤੋਤਾ

papagei

ਜਾਨਵਰ

tiere

ਭੇਡ

schaf

ਕੀੜਾ

wurm

ਕੀੜੀ

ameise

ਬਿੱਲੀ

katze

ਹਿਰਨ

hirsch

ਹਾਥੀ

elefant

ਮੱਛੀ

fisch

ਕੁਕੜੀ

henne

ਇਗੁਆਨਾ

leguan

ਸ਼ੇਰ

löwe

ਮਾਨਕੀਕਰਣ

maulwurf

ਉੱਲੂ

eule

ਸੂਰ

schwein

ਕੁੱਕੜ

hahn

ਘੁਸਪੈਠ

schnecke

ਟਰਕੀ

truthahn

ਵੇਲ੍ਹ ਮੱਛੀ
wal

ਮਧੂ
biene

ਬਤਖ਼
ente

ਗੋਰਿਲਾ
gorilla

ਰਿੱਛ
bär

ਪੰਛੀ
vogel

ਮੁਰਗੇ ਦਾ ਮੀਟ

hähnchen

ਗਊ

kuh

ਕੇਕੜਾ

krabbe

ਘੋੜਾ

pferd

ਬਿੱਲੀ

kätzchen

ਗੀਧ

eichhörnchen

ਬਟਰਫਲਾਈ

schmetterling

ਊਠ

kamel

ਡਾਲਫਿਨ

delphin

ਇੱਲ

adler

ਚਿਕੜੀਆਂ

küken

ਲੂੰਬ

fuchs

ਡੱਡੂ

frosch

ਬੱਕਰੀ

ziege

ਦਰਿਆਈ ਘੋੜਾ

nilpferd

ਪਾਂਡਾ

panda

ਗੁੱਲੀ

hündchen

ਚੂਹੇ

mäuse

ਪੈਨਗੁਇਨ

pinguin

ਸੱਪ

schlange

ਮੱਕੜੀ

spinne

ਕੱਛੂਆ

schildkröte

ਬਘਿਆੜ

wolf

ਮੱਖੀਆਂ

fliegt

ਕੀੜੇ

insekt

ਕੋਆਲਾ

koala

ਬੱਕਰੀ

wachtel

ਚੂਹਾ

ratte

ਸਕਿਨਕਸ

stinktiere

ਚੀਤਾ

gepard

ਕਿਰਲੀ

eidechse

ਘੋੜੀ

stute

ਸ਼ੁਤਰਮੁਰਗ

strauß

ਸੀਪ

auster

ਪਾਲੀਕਨ

pelikan

ਕਬੂਤਰ

taube

ਰੇਨਡੀਅਰ

rentier

ਹੰਸ

schwan

ਟੈਡ

kröte

ਗਿਲਾਤ

geier

ਵਾਲਰਸ

walross

ਕਲੈਮ

muschel

ਸੂਰ

eber

ਗੋਡੇ

knie

ਹੱਥ

hand

ਅੱਖ

auge

ਸਿਰ

kopf

ਲੱਤਾਂ

beine

ਵਾਲ

haar

ਕੰਨ

ohren

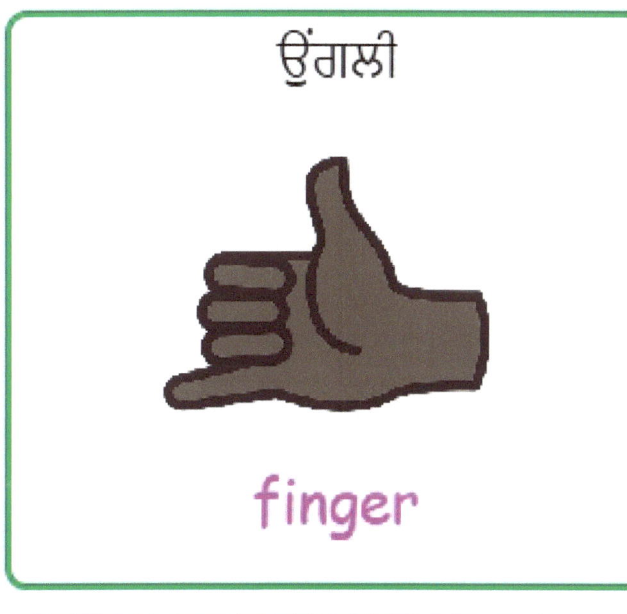

ਉਂਗਲੀ

finger

ਨੱਕ

nase

ਦੰਦ

zahn

ਮੋਢੇ

schulter

ਬਾਂਹ

arm

ਦਾੜ੍ਹੀ

bart

ਠੋਡੀ

kinn

ਕੁਹਣੀ

ellbogen

ਚਿਹਰੇ

gesichter

ਮੂੰਹ

mund

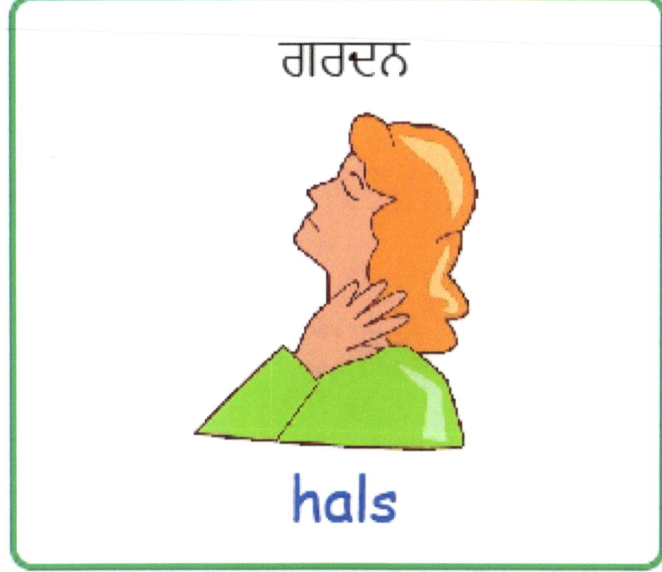

ਗਰਦਨ

hals

ਥੰਬਸ

daumen

ਜੀਭ

zunge

ਮਾਸਪੇਸ਼ੀ

muskel

ਕਮਰ

hüfte

ਸਰੀਰ

karosserie

ਆਇਸ ਕਰੀਮ

eis

ਜੈਮ

marmelade

ਤਰਬੂਜ

wassermelone

ਕੇਕ

kuchen

ਸੰਤਰਾ

orange

ਦਹੀਂ

joghurt

ਨਿੰਬੂ
zitrone

ਦੁੱਧ
milch

ਚਿਟਾ
birnen

ਸੇਬ
apfel

ਰੋਟੀ
brot

ਨਾਰੀਅਲ
kokosnuss

ਬ੍ਰੋ cc ਉਲਿ	ਮਟਰ

brokkoli

erbsen

ਸਲਾਦ	ਮਿਰਚ

salat

chili

ਚੈਰੀ	ਕੇਲਾ

kirsche

banane

ਸਟ੍ਰਾਬੈਰੀ
erdbeere

ਅਨਾਨਾਸ
ananas

ਬੀਨ
bohne

ਕੈਡੀ
süßigkeiten

ਹੇਮ
schinken

ਜੁਸ
saft

ਕੀਵੀ
kiwi

ਮੀਟ
fleisch

ਗਿਰੀਦਾਰ
nüsse

ਪਿਆਜ
zwiebel

ਕੈਚੱਪ
ketchup

ਪਨੀਰ
käse

ਅੰਗੂਰ

traube

ਗਾਜਰ

karotte

ਪੁਡਿੰਗ

pudding

ਨੂਡਲਜ਼

nudeln

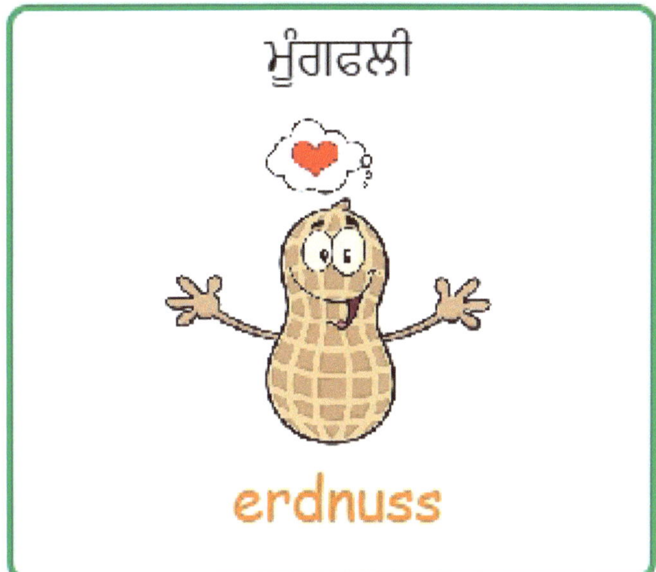

ਮੁੰਗਫਲੀ

erdnuss

ਆਲੂ

kartoffel

ਸਟੀਕ
steak

ਡੋਨਟਸ
donuts

ਸਬਜ਼ੀ
gemüse

ਲੰਗੂਚਾ
wurst

ਪਾਈ
kuchen

ਸ਼ਹਿਦ
honig

ਸੂਪ

suppe

ਆਵਾਕੈਡੇ

avocado

ਚਾਕਲੇਟ

schokolade

ਪੀਜ਼ਾ

pizza

ਟਮਾਟਰ

tomate

ਬੈਂਗਣ ਦਾ ਪੌਦਾ

auberginen

ਖੀਰਾ	ਚਕੋਤਰਾ

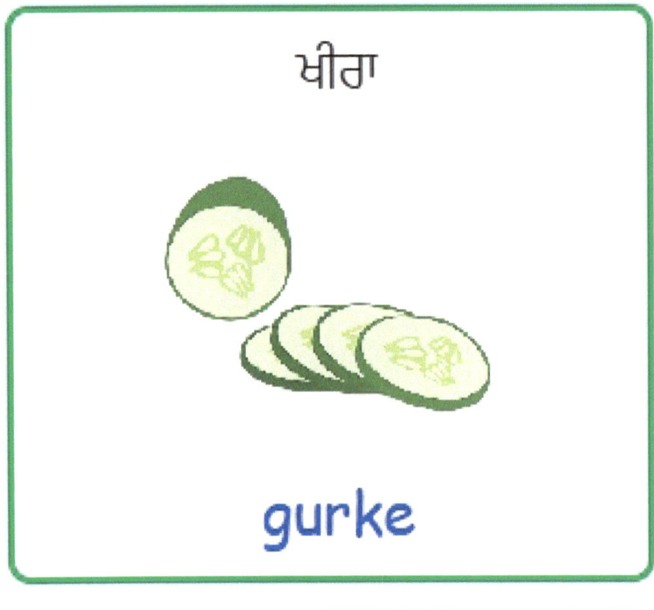 

gurke	**grapefruit**

ਸੈਂਡਵਿਚ	ਆੜੂ

sandwiches	**pfirsich**

ਅੰਡੇ	ਬੇਰ

eier	**pflaume**

ਅਨਾਰ

granatapfel

ਰਸਭਰੀ

himbeere

ਕੀਨੂ

mandarine

ਕਣਕ

weizen

ਕੁਕੀ

plätzchen

ਖੁੰਭ

pilz

ਪੱਤਾਗੋਭੀ

rübe

ਐਕੋਰਨ

eicheln

ਮਕਈ

mais

ਬੱਚੇ

baby

ਰਾਜਾ

könig

ਬੱਚੇ

kinder

ਰਾਣੀ	ਮੁੰਡੇ

königin

junge

ਭਰਾ	ਬੱਚੇ

bruder

kinder

ਕਿਸਾਨ	ਪਿਤਾ ਜੀ

farmer

vater

ਕੁੜੀ
mädchen

ਆਦਮੀ
mann

ਮਾਤਾ ਜੀ
mutter

ਜਾਦੂਗਰ
hexen

ਭੈਣ
schwester

ਨਾਈ
barbier

ਦੋਸਤ

freund

ਡਾਕਟਰ

arzt

ਨਰਸ

schwester

ਜਾਦੂਗਰ

zauberer

ਫੋਟੋਗ੍ਰਾਫਰ

fotograf

ਸਮੁੰਦਰੀ ਡਾਕੂ

pirat

ਸ਼ੈੱਫ

koch

ਦੂਤ

engel

ਨਾਈਟ

ritter

ਜੈਵਿਕ

nixe

ਰਾਜਕੁਮਾਰੀ

prinzessin

ਅਧਿਆਪਕ

lehrer

ਡੈਡੀ

papa

ਕਲਾਕਾਰ

künstler

ਸੰਗੀਤਕਾਰ

musiker

ਕਸਾਈ

metzger

ਨੇਤਾ

führer

ਮੈਨੇਜਰ

manager

ਸਿਆਸਤਦਾਨ

politiker

ਉਸ ਨੂੰ

ihm

ਬੇਕਰ

bäcker

ਲੁੱਟਣਾ

rauben

ਤਰਖਾਣ

zimmermann

ਪੁਲਿਸ ਮੁਖੀ

polizist

ਵੇਟਰ

kellner

ਪੁਲਸੀਆ

polizist

ਬੱਚਿਆਂ ਨੂੰ

kleinkinder

ਮੰਮੀ

mama

ਨੌਕਰਾਨੀ

maid

ਹਵਾਈ ਜਹਾਜ਼

flugzeug

ਕਾਰ

auto

ਸਕੂਟਰ

roller

ਸਾਈਕਲ

fahrrad

ਵੈਨ

van

ਬੱਸ

bus

ਬਾਈਕ

fahrrad

ਰੇਲ ਗੱਡੀਆਂ

züge

ਟਰੱਕ

lastwagen

ਜੀਪਾਂ

jeeps

ਕੈਬ

taxi

ਲੱਦ

wagen

ਰਾਕੇਟ

rakete

ਬੈਰੋ

karren

ਗੇਂਦ

ball

ਫਲੈਗ

flagge

ਪੈਨ

schwenken

ਫੁੱਲਦਾਨ

vase

ਤੌਲੀਆ

handtuch

ਬੈਗ
tasche

ਜੱਗ
krug

ਬੈਕਪੈਕ
rucksack

ਆਲ੍ਹਣਾ
nest

ਟ੍ਰੀ
baum

ਛੱਤਰੀ
regenschirm

ਜੁਆਲਾਮੁਖੀ

vulkan

ਐਂਕਰ

anker

ਯਾਰਨ

garn

ਜ਼ਿੱਪਰ

reißverschluss

ਕਾਲਰ

kragen

ਮਿੱਰਰ

spiegel